Mama

mẹ

Papa

bố

Junge

trai

Mädchen

gái

1

eins

một

2

zwei

hai

3

drei

ba

4

vier

bốn

5

fünf

năm

6

sechs

sáu

7

sieben

bảy

8

acht

tám

neun

chín

zehn

mười

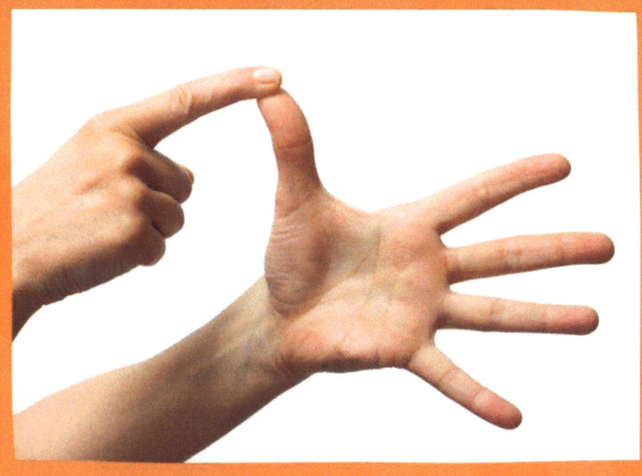

zählen

đếm

schreiben

viết

zeichnen

vẽ

malen

tô màu

Kreis

hình tròn

Quadrat

hình vuông

Rechteck

hình chữ nhật

Dreieck

tam giác

Stern

ngôi sao

schwarz

đen

weiß

trắng

braun

nâu

rot

đỏ

blau

xanh lơ

gelb

vàng

grün

xanh lá

lila

tím

grau

xám

orange

cam

rosa

hồng

Apfel

táo

Banane

chuối

Ananas

dứa

Wassermelone

dưa hấu

Birne

lê

Weintrauben

nho

Mango

xoài

Pfirsich

đào

Erdbeere

dâu tây

Kirsche

anh đào

Orange

cam

Kokosnuss

dừa

Zitrone

chanh

Pilz

nấm

Mais

ngô

Tomate

cà chua

Kürbis

bí ngô

Gurke

dưa chuột

Karotte

cà rốt

Kartoffel

khoai tây

Zucchini

bí ngòi

Spinat

rau chân vịt

Blumenkohl

bông cải trắng

Ei

trứng

Teller

đĩa

Löffel

thìa

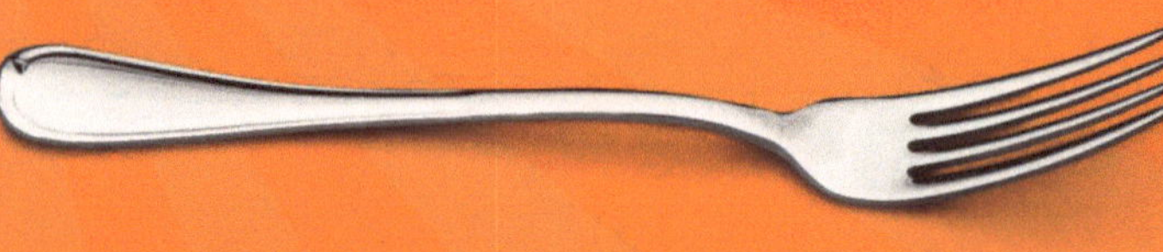

Messer

dao

Gabel

nĩa

Kuchen

bánh

Babyflasche

bầu sữa

Süßigkeiten

kẹo

Käse

pho mát

trinken

uống

essen

ăn

heiß

nóng

kalt

lạnh

klein

nhỏ

groß

to

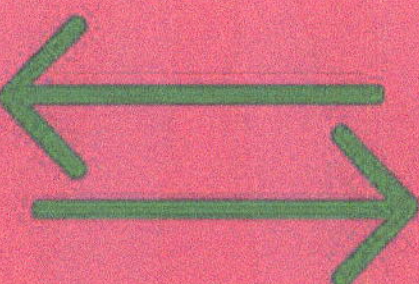

kurz

ngắn

lang

dài

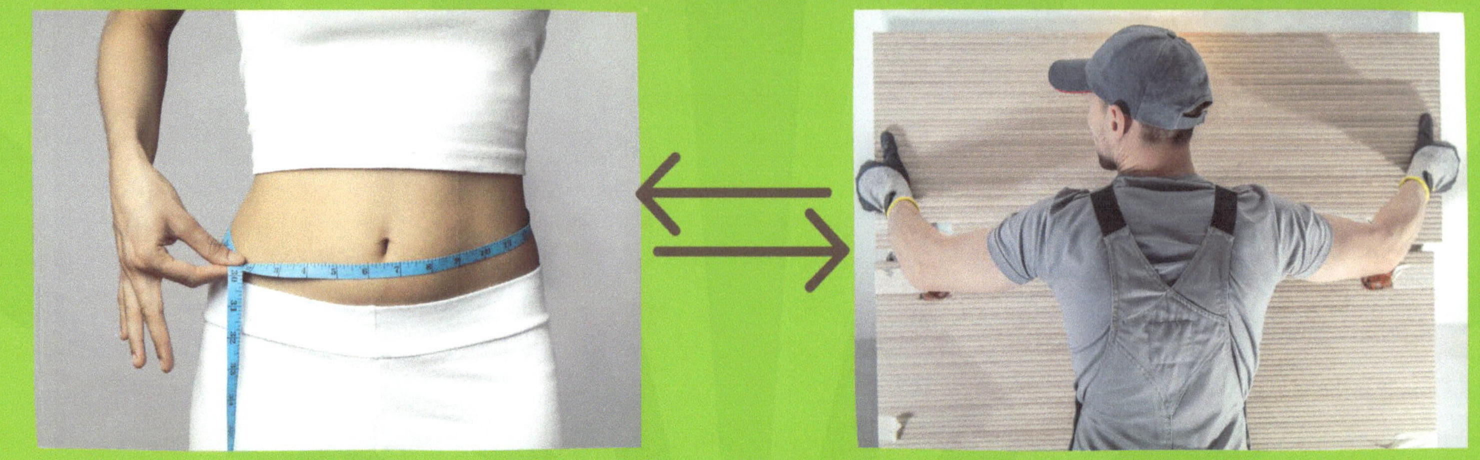

dünn

mỏng

groß

rộng

leicht

dễ

schwierig

khó

aufstehen

đứng lên

hinsetzen

ngồi xuống

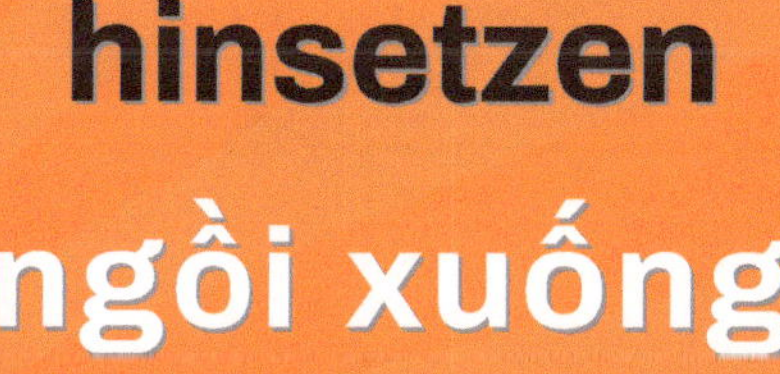

süß

ngọt

salzig

mặn

schwer

nặng

leicht

nhẹ

in

trong

aus

ngoài

dreckig

bẩn

sauber

sạch

schließen

đóng

öffnen

mở

Bleistifte

bút chì

Uhr

đồng hồ

Schlüssel

chìa khóa

Buch

sách

Bett

giường

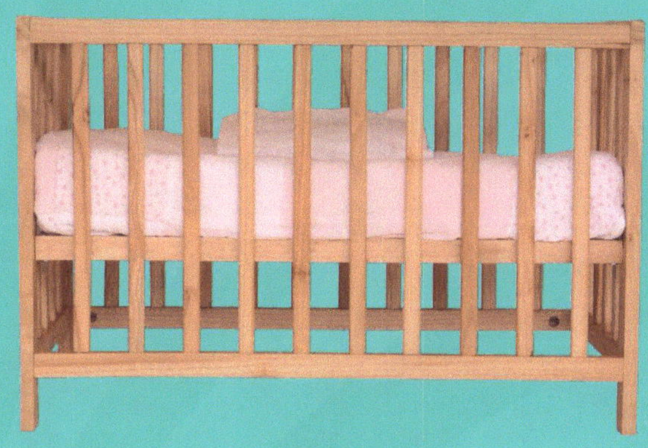

Krippe

giường cũi

Tisch

bàn

Stuhl

ghế

Auto

xe ô tô

Fahrrad

xe đạp

Flugzeug

máy bay

Boot

thuyền

Zug

tàu hỏa

Hubschrauber

trực thăng

Feuerwehrauto

xe cứu hỏa

Feuerwehrmann

lính cứu hỏa

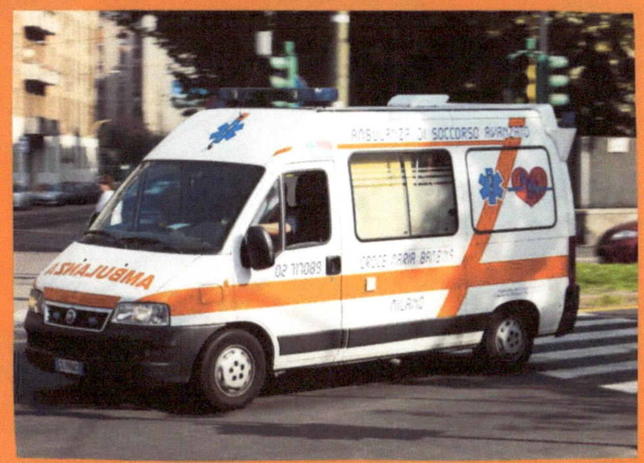

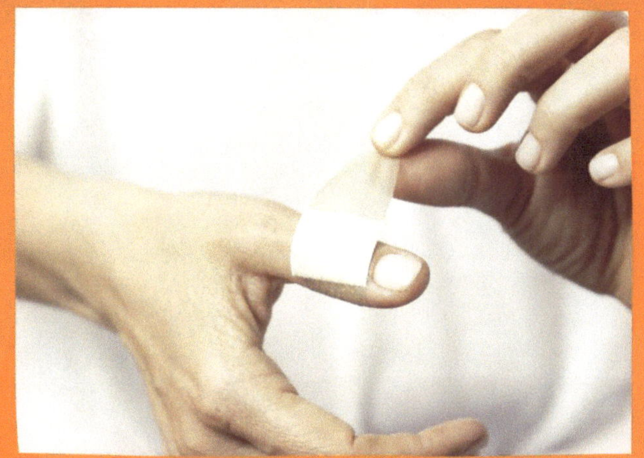

Krankenwagen

xe cứu thương

Verband

băng

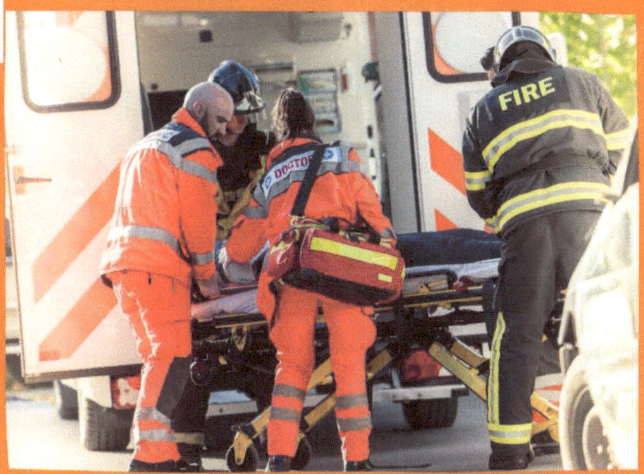

Rettungssanitäter

nhân viên y tế

Rettungsteam

đội cứu hộ

Wald

rừng

Berg

núi

Gras

cỏ

Sand

cát

Baum

cây

Blume

hoa

Schmetterling

bươm bướm

Ameise

kiến

Katze

mèo

Hund

chó

Pferd

ngựa

Maus

chuột

Kuh

bò

Schwein

lợn

Schaf

cừu

Ente

vịt

Gans

ngỗng

Hase

thỏ

Fisch

cá

Tierärztin

bác sĩ thú y

Doktor

bác sĩ

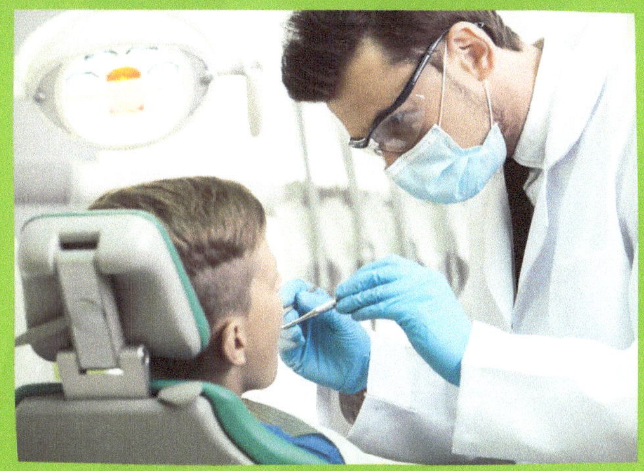

Zahnarzt

nha sĩ

Apotheker

dược sĩ

Krankenschwester

y tá

Kopf

đầu

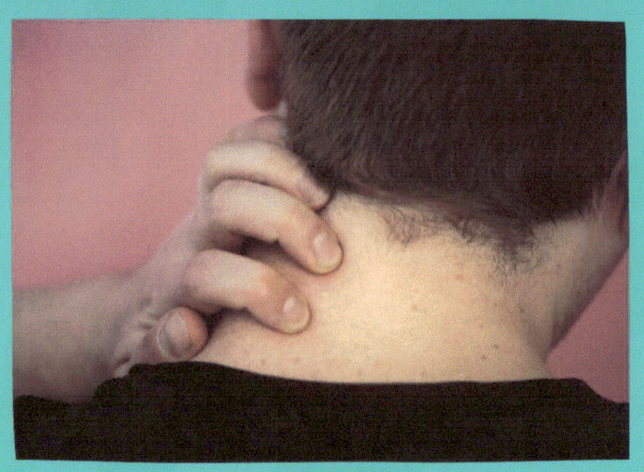

Hals

cổ

Fuß

chân

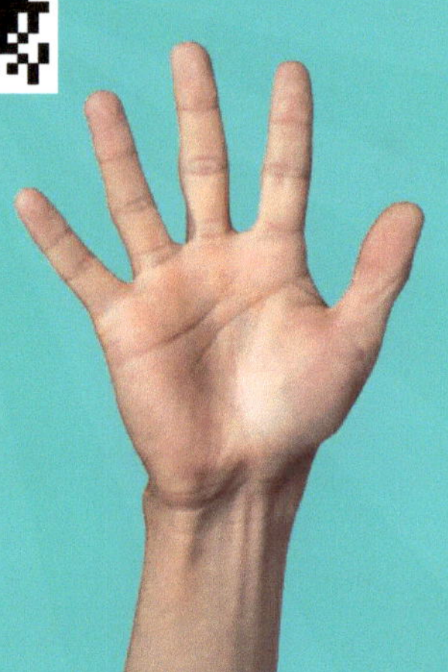

Hand

tay

Zähne

răng

Auge

mắt

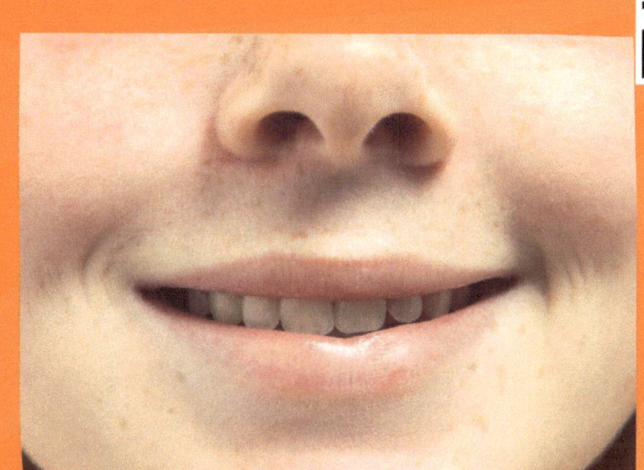

Mund

miệng

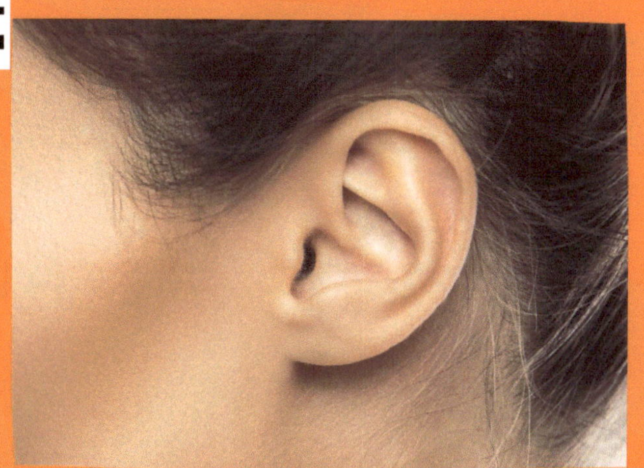

Ohr

tai

Hut

mũ

Kleid

váy

Hose

quần dài

Schuhe

giày

Mantel

áo khoác

Schal

khăn quàng cổ

Regenschirm

dù

Brille

mắt kính

Sonne

mặt trời

wolkig

có mây

regnerisch

có mưa

Mond

mặt trăng

www.ingramcontent.com/pod-product-compliance
Lightning Source LLC
LaVergne TN
LVHW071209160826
845679LV00003B/782

9791041705313